వ్యాపారి మరియు జెనీ

ఒకప్పుడు ఒక ధనిక వ్యాపారి ఉండేవాడు. వ్యాపారం నిమిత్తం తరచూ ఇతర నగరాలకు వెళ్లేవాడు. ఒక రోజు, అతను ఆహారం సులభంగా లభించని ఎడారి. తినడానికి తన ఖర్జూరం బ్యాగ్ తీశాడు. అతను తేదీలను ఆస్వాదిస్తున్నప్పుడు, పెద్ద ఉరుము శబ్దం చెదిరిపోయింది సుదీర్ఘ వ్యాపార పర్యటనకు బయలుదేరారు. అతను మూడు రోజుల పాటు ప్రయాణించవలసి ఉన్నందున అతను తనతో ఒక చిన్న ఖర్జూరపు సంచిని తీసుకువెళ్లాడు. చివరకు నాల్గవ రోజు, అతను ఎడారిలోని ఒక ప్రదేశానికి చేరుకున్నాడు, అక్కడ అతను నీరు మరియు ఖర్జూర చెట్లను చూశాడు. బాగా అలసిపోయి, ఆకలిగా ఉండడంతో విశ్రాంతి తీసుకోవడానికి చెట్టు కింద కూర్చున్నాడు.

అతనిని. చేతిలో కత్తితో ఉన్న జెనీని చూసి ఆశ్చర్యపోయాడు. వ్యాపారి ప్రమాదాన్ని గ్రహించకముందే, జెనీ అతని చేయి పట్టుకుని, "నేను నిన్ను చంపుతాను, నా కొడుకును చంపావు" అని కోపంతో గర్జించాడు. భయంతో వణికిపోతూ వణికిపోతూ, "నువ్వు పొరబడ్డావని అనుకుంటున్నాను. నేను వేరే ఊరికి వెళుతున్న వ్యాపారిని. నీ కొడుకు నాకు తెలియదు" అన్నాడు.

కానీ జెనీ అతనిని నమ్మలేదు మరియు "నువ్వు ఖర్జూర విత్తనాలు విసిరివేయలేదా?"

"అవును, నేను చేసాను," అని వ్యాపారి బదులిచ్చారు.

"కాబట్టి ఆ సమయంలో, నా కొడుకు చెట్టు దగ్గరికి వెళుతున్నాడు; విత్తనాలలో ఒకటి అతని కంటికి తగిలి అతన్ని చంపింది."

అన్నాడు జెనీ బిగ్గరగా గర్జిస్తూ. వ్యాపారి తన నిర్దోషిత్వాన్ని వేడుకున్నాడు, "నేను మీ కొడుకును ఉద్దేశపూర్వకంగా చంపలేదు కాబట్టి నన్ను క్షమించండి." కానీ జెనీ మొండిగా ఉన్నాడు. అతను "అదేమీ లేదు, నిన్ను క్షమించలేము. చనిపోవడానికి సిద్ధంగా ఉండండి."

జెనీ తన తలను నరికివేయాలని నిశ్చయించుకున్నాడని గ్రహించిన వ్యాపారి, "నన్ను చంపే ముందు.

దయచేసి నన్ను వెళ్లి నా కుటుంబాన్ని కలవనివ్వండి. నేను వారి భవిష్యత్తు కోసం కొంత ఏర్పాటు చేయాలనుకుంటున్నాను. నేను తిరిగివస్తాను త్వరలో."

జెనీ అతనిపై జాలిపడి అతన్ని వెళ్ళడానికి అనుమతించింది.చాలా విచారంగా మరియు నిరాశగా భావించి, వ్యాపారి ఇంటికి తిరిగి వచ్చి తన భార్య మరియు పిల్లలకు జెనీ కథను చెప్పాడు.అతని భార్య మరియు పిల్లలు చాలా బాధపడి ఏడవడం ప్రారంభించారు. కానీ మార్గం లేదు, వారు అతనికి సహాయం చేయగలరు.

వ్యాపారి తన అప్పులన్నీ తీర్చడం ప్రారంభించాడు మరియు అతని కుటుంబ భవిష్యత్తు కోసం డబ్బును ఆదా చేశాడు. వెంటనే, సంవత్సరం గడిచిపోయింది. జెనీకి వాగ్దానం చేసినట్లుగా వ్యాపారి తిరిగి వెళ్ళవలసి వచ్చింది. బరువెక్కిన హృదయంతో, వ్యాపారి తన కుటుంబాన్ని విడిచిపెట్టి, అతను మొదట ఉన్న ప్రదేశానికి బయలుదేరాడు జెనీని కలిశాడు. అతను జెనీ కోసం ఎదురు చూస్తున్నప్పుడు, ఎర్ర జింకతో ఒక వృద్ధుడు వెళుతున్నట్లు చూశాడు. వృద్ధుడు అడిగాడు వ్యాపారి, "మీరు చాలా విచారంగా ఉన్నారు. నేను మీకు సహాయం చేయగలనా?" అప్పుడు వ్యాపారి తన బాధను అతనికి వివరించాడు కథ అతని కథ విన్న పెద్దాయన, "బాధపడకు.

నేను మీతో ఉన్నాను మరియు జెనీ నుండి మిమ్మల్ని రక్షించడానికి నేను నా వంతు ప్రయత్నం చేస్తాను. వేచి చూద్దాం." మరియు అతను అక్కడ కూర్చున్నాడు వ్యాపారి.

కొద్దిసేపటికి మరో వృద్ధుడు రెండు నల్ల కుక్కలతో వచ్చాడు. వాటిని చూసి అతను కూడా ఆశ్చర్యపోయాడు అక్కడ కూర్చున్నాడు. అతను కూడా అదే ప్రశ్న అడిగాడు. వ్యాపారి కథను విన్న అతను సహాయం చేయాలని నిర్ణయించుకున్నాడు అతనిని. వారిలో ఒక వ్యక్తి, "చూడండి! పొగ మేఘం మా వైపు వస్తోంది" అన్నాడు.

"అది జెనీ" అన్నాడు వ్యాపారి. వ్యాపారి దగ్గరికి వచ్చి, జెనీ పెద్ద గొంతుతో, "మీరు చనిపోవడానికి సిద్ధంగా ఉన్నారా?" అది విన్న వృద్ధులు జెనీని అభ్యర్థించి ఇలా అన్నారు. "ఓహ్, ప్రిన్స్ ఆఫ్ ది జెనీ! మేము మిమ్మల్ని క్షమించమని వేడుకుంటున్నాము దయచేసి మా కథనాలను వినండి మరియు అవి మీకు ఆకర్షణీయంగా అనిపిస్తే, దయచేసి వ్యాపారిని విడిచిపెట్టండి." జెనీ వారి కథలను వినడానికి అంగీకరించింది.

అప్పుడు వారు తమ సొంత కథలను చాలా మనోహరంగా చెప్పారు. జెనీ, చాలా సంతోషించి, వ్యాపారిని చంపకూడదని నిర్ణయించుకున్నాడు. అతను వ్యాపారిని స్వేచ్ఛగా జీవించడానికి అనుమతించాడు. వ్యాపారి ఇద్దరు వృద్ధులకు కృతజ్ఞతలు తెలిపాడు మరియు అతని భార్య మరియు పిల్లలకు స్వేచ్ఛగా మరియు సంతోషకరమైన వ్యక్తిగా తిరిగి వచ్చాడు.

సింద్‌బాద్ ది సెయిలర్ యొక్క మొదటి సముద్రయానం

చాలా కాలం క్రితం, బాగ్దాద్‌లో, సింద్‌బాద్ అనే వ్యక్తి ఉండేవాడు. అతను ధనవంతులైన తల్లిదండ్రులకు జన్మించాడు. కానీ యువకుడు మరియు తెలివితక్కువవాడు, అతను డబ్బు మొత్తాన్ని జూదమాడాడు. సింద్బాద్ తన సంపదను ఇలా వృధా చేయడం తెలిపైన పని కాదని వెంటనే గ్రహించాడు. అలా సముద్ర మార్గంలో వ్యాపారం చేసే వ్యాపారుల కంపెనీలో చేరాడు. అతను తన తోటి నావికులతో కలిసి అనేక ద్వీపాలు పర్యటించాడు, అక్కడ అతను డబ్బు సంపాదించడానికి తన వస్తువులను విక్రయించి మార్పిడి చేసుకున్నాడు.

ఒకరోజు, అతని ఓడ ఒక చిన్న ద్వీపానికి దగ్గరగా ఉన్న ప్రదేశంలో ఆగింది. పచ్చని గడ్డి మైదానంలా కనిపించింది. ఓడ కెప్టెన్ ప్రయాణీకులను ద్వీపంలో కొద్దిసేపు విశ్రాంతి తీసుకోవడానికి అనుమతించాడు. సింద్బాద్ మరియు అతని స్నేహితులు షికారు చేసిన తర్వాత, వారి ఆహారాన్ని ఆస్వాదించడానికి చిన్న మంటను వెలిగించారు. అకస్మాత్తుగా ద్వీపం యొక్క ఆకస్మిక మరియు హింసాత్మక వణుకు వారు ఆశ్చర్యపోయారు. ఓడలో ఉన్న తోటి నావికులు "మీ ప్రాణాలను కాపాడుకోవడానికి వేగంగా వెనక్కి రండి! మీరు ద్వీపంలో కాదు, నిద్రిస్తున్న తిమింగలం మీద కూర్చున్నారు" అని అరిచారు.

ఓడ సమీపంలో ఉన్నవారు అందులోకి దిగారు, కానీ సింద్బాద్ తనను
తాను రక్షించుకునేలోపు, తిమింగలం అకస్మాత్తుగా కదిలి సముద్రంలో లోతుగా
మునిగిపోయింది. సింద్బాద్ తెచ్చిన చెక్క ముక్కకు తగులుకుని ఉండిపోయాడు అగ్నిని
వెలిగించుటకు. ఇంతలో, ఓడ సింద్బాద్ నుండి బయలుదేరి ప్రజలను ఎక్కించుకుని
ముందుకు సాగింది అలల దయ.

చెక్కను పట్టుకుని రాత్రంతా పైకి క్రిందికి తేలుతూనే ఉన్నాడు. మరుసటి రోజు ఉదయం
సింద్బాద్ ఒక ద్వీపానికి ఎదురుగా కనిపించాడు.

అతనికి చాలా ఆకలిగా అనిపించింది. కొంత సమయం వెతికినా అతనికి కొన్ని పండ్లు, నీటి బుగ్గ దొరికాయి. అతను రిఫ్రెష్ అయ్యి తినడానికి కూర్చున్నాడు. అతను భోజనం చేస్తున్నప్పుడు, చెట్టుకు కట్టివేయబడిన మేత గుర్రం కనిపించింది. అతను దాని దగ్గరికి వెళ్ళినప్పుడు, అతనికి భూగర్భంలో నుండి కొన్ని స్వరాలు వినిపించాయి. అకస్మాత్తుగా, కొంతమంది పురుషులు "మీరు ఈ ద్వీపానికి ఎలా చేరుకున్నారు?" అని సింద్బాద్‌ని అడిగాడు.

సింద్బాద్ తన సాహస కథను వారికి చెప్పాడు. ఆ మనుష్యులు తాము సేవకులమని అతనికి తెలియజేసారు

L Mihrage – ఆ ద్వీపానికి రాజు. రాజుగారి గుర్రాలకు ఆహారం ఇవ్వడానికి రోజూ అక్కడికి వస్తుంటారు. పురుషులు సింద్‌బాద్‌ను తమ రాజు వద్దకు తీసుకెళ్లారు. అతని కథ విన్న రాజు అతనికి ముక్తకంఠంతో స్వాగతం పలికాడు. సింద్బాద్ రాజ్యానికి దారి దొరకడం అదృష్టంగా భావించాడు.

కొన్ని రోజుల తర్వాత, ఒక సాయంత్రం సింద్బాద్ ఒడ్డున కూర్చుని విశ్రాంతి తీసుకుంటున్నాడు. ఓడ లంగరు వేయడాన్ని మరియు దాని కెప్టెన్ ఒడ్డున ఉన్న భారీ పెట్టెలను దించమని తన మనుషులను నిర్దేశించడాన్ని అతను చూశాడు. సింద్‌బాద్ బాక్సుల దగ్గరికి వెళ్లగా, కొన్ని ప్యాకేజీలపై తన పేరు రాసి ఉండడం గమనించాడు. ఆ పెట్టెలు ఓడకు చెందినవని అతను అర్థం చేసుకున్నాడు, అందులో అతను తన ప్రయాణం ప్రారంభించాడు. సింద్‌బాద్ కెప్టెన్‌ని గుర్తించాడు కానీ కెప్టెన్ అతన్ని గుర్తించడంలో విఫలమయ్యాడు. సింద్బాద్ అతనికి కథ చెప్పాడు రాజు మిహ్రాగేతో సమావేశం. ఇంతలో మరికొందరు వ్యాపారులు కూడా కెప్టెన్‌తో కలిసిపోయారు. వాళ్ళు సింద్‌బాద్‌ను గుర్తించింది. ఇప్పుడు కెప్టెన్ కూడా అతను సింద్బాద్ అని నమ్మాడు మరియు అతనిని సజీవంగా చూసినందుకు చాలా సంతోషించాడు. అతను తిరిగి వచ్చాడు అతని పెట్టెలన్నీ అతనికి. సింద్‌బాద్ కెప్టెన్ నిజాయితీకి కృతజ్ఞతలు తెలిపాడు. అతను మిహ్రాగే రాజుకు బహుమతి కూడా ఇచ్చాడు అతని దయ మరియు ఆతిథ్యం కోసం. ద్వీపంలోని అందరికీ కృతజ్ఞతలు తెలుపుతూ అదే ఓడలో తన స్వగ్రామానికి బయలుదేరాడు. అతను విక్రయించాడు మరియు మార్పిడి చేశాడు అతని అనేక వస్తువులు మరియు వంద వేల సీక్విన్‌లను సంపాదించారు.

ఇంటికి చేరుకోగానే కుటుంబసభ్యులు ఆయన్ను స్వీకరించడం పట్ల హర్షం వ్యక్తం చేశారు. సింద్‌బాద్ కూడా చాలా కాలం తర్వాత తన భార్యా పిల్లలతో చాలా సంతోషంగా మరియు రిలాక్స్‌గా ఉన్నాడు. తను సంపాదించిన సంపదతో ఓ భారీ భవనాన్ని నిర్మించుకుని కుటుంబ సమేతంగా ఆనందంగా జీవిస్తున్నాడు.

వృద్ధుడు మరియు బిచ్చగాడు

బాగ్దాద్ నగరంలో రహీమ్ ఖాన్ అనే వృద్ధుడు ఉండేవాడు. అతను ఒక పెద్ద భవనంలో నివసించాడు మరియు రాజరిక జీవితాన్ని గడిపాడు. అతను తరచుగా పేదలకు మరియు పేదలకు భిక్ష ఇచ్చాడు మరియు అతని గొప్ప మరియు దాతృత్వ పనుల కోసం చుట్టుపక్కల ప్రజలచే ప్రసిద్ధి చెందాడు.

ఒక ఉదయం, అతను తన భవనం యొక్క డాబా మీద విశ్రాంతి తీసుకుంటున్నాడు. తన ఇంటి గేటు బయట చేతిలో భిక్షాపాత్రతో నిలబడి ఉన్న యువకుడిని గమనించాడు. అతడు అడుక్కోవడం చూసి ముసలివాడికి అతని గురించి మరింత తెలుసుకోవాలనే కుతూహలం కలిగింది. అతను తన సేవకులను పిలిచి అతనిని తీసుకురావాలని ఆదేశించాడు.

వారి యజమాని ఆజ్ఞను అనుసరించి, సేవకులు క్రిందికి వెళ్లి యువ బిచ్చగాడిని ఇంటి లోపలికి తీసుకెళ్లారు. యువ బిచ్చగాడు వృద్ధుడిని కలుసుకున్నప్పుడు, అతను వృద్ధుని సంపద-గదుల గొప్పతనాన్ని, అతను ధరించిన ఖరీదైన బట్టలు మరియు నగలను చూసి ఆశ్చర్యపోయాడు. అని అడిగినప్పుడు, బిచ్చగాడు, "నా పేరు అలీ. నేను ఈ ప్రాంతానికి అపరిచితుడిని, గత మూడు రోజులుగా తినడానికి ఏమీ లేదు." ఆ వృద్ధుడు తన ఆందోళనను చూపిస్తూ, "నువ్వు బాగ్దాద్‌లో ఉన్నావు, ఇంకా ఏమీ తినలేదు గత మూడు రోజులు! రండి, మనం కలిసి డిన్నర్ చేద్దాం, ఆ తర్వాత మాట్లాడుకుందాం."

చేతులు కడుక్కోవడానికి నీళ్ళు తెచ్చి భోజనానికి ఏర్పాట్లు చెయ్యి" అని ఆదేశించాడు.

కాసేపయ్యాక చేతులు కడుక్కోవడానికి లేచి నిలబడ్డాడు. కానీ అలీ అయోమయంలో పడ్డాడు. నీరు లేదు మరియు లేదు సేవకులు!

ఎవరో నీళ్ళు పోసి చేతులు కడుక్కుంటున్నట్టు వృద్ధులు వ్యవహరిస్తున్నారు.

"రండి, చేతులు కడుక్కొని డిన్నర్ కి రెడీ అవ్వు" అన్నాడు అలీతో.

ఏం చేయాలో తెలియడం లేదు. అలీ కూడా చేతులు కడుక్కున్నట్టు నటించాడు తర్వాత ఇద్దరూ భోజనాల గది లోపలికి వెళ్లారు. గదిలో ఎవరూ లేకపోవడం, వంటలు కూడా లేకపోవడంతో అలీ అయోమయంలో పడ్డాడు వృద్ధుడు అలీని వారి ముందు కూర్చోమని అడిగాడు మరియు అతను "దయచేసి మాంసం తీసుకోండి" అన్నాడు. అలీ కూడా తిని ఎంజాయ్ చేస్తున్నట్టు నటించాడు. "నీకు రొట్టె కావాలా?" మళ్ళీ అడిగాడు ఆ వ్యక్తి. మరియు అతను బిచ్చగాడికి ఒక ప్లేట్ నిండా రొట్టెలు అందించినట్లు నటించాడు.

తనకు వడ్డించిన ప్రతి వంటకాన్ని అలీ ప్రశంసించాడు. చివరగా, డెజర్ట్ తీసుకునే సమయం వచ్చింది. వృద్ధుడు ఇలా అన్నాడు, "నా ప్రియమైన యువకుడా, మీరు బాసర నుండి ఈ ప్రత్యేకమైన డెజర్ట్‌ను రుచి చూడాలి," ఇప్పుడు, అలీ తన కడుపు నిండినట్లు మరియు అతనికి అందించిన భోజనంతో అతను పూర్తిగా సంతృప్తి చెందినట్లు నటించాడు. వృద్ధుడికి కృతజ్ఞతలు తెలుపుతూ, అతని నుండి సెలవు తీసుకోవడానికి అందరూ లేచారు.

ఆ వృద్ధుడు బిగ్గరగా నవ్వుతూ, అలీ వీపు మీద తడుముతూ ఇలా అన్నాడు, "కూర్చో యువకుడా! నేను నీ సహనాన్ని పరీక్షిస్తున్నాను. నువ్వు చాలా సంతృప్తిగా కనిపిస్తున్నావు! నా ఆదేశాలను పాటించడంలో నీ సహనాన్ని, చిత్తశుద్ధిని నేను నిజంగా అభినందిస్తున్నాను. చాలా ఆకలితో ఉన్నా. , మీరు దేని గురించి ఎప్పుడూ ఫిర్యాదు చేయలేదు. నేను నిజంగా మీలాంటి వ్యక్తి కోసం వెతుకుతున్నాను!"

వృద్ధుడు అలీ చేతిని పట్టుకుని, భారీ నిర్వహణలో అతనికి సహాయం చేయడానికి అతనితో ఉండమని అభ్యర్థించాడు భవనం మరియు దాని రోజువారీ వ్యవహారాలు.

అలా బిచ్చగాడిగా వచ్చిన అలీ ఆ వృద్ధుడి మనసు గెలుచుకుని అతనితో ఎంతోమందికి ఆనందంగా ఉండేవాడు. సంవత్సరాలు.

సుల్తాన్ మరియు బ్లైండ్ బిచ్చగాడు

ఒకప్పుడు, ఒక తెలివైన సుల్తాన్ బాగ్దాద్‌ను పాలించాడు. అతని పేరు హరూన్-అల్-రషీద్. అతను దయగలవాడు. మారువేషంలో రోజు బాగ్దాద్ వీధుల్లో నడిచాడు. ఈ విధంగా, అతను తన దేశ ప్రజల సమస్యలను తెలుసుకోగలిగాడు. ఒకరోజు వీధుల్లో తిరుగుతున్నాడు. అకస్మాత్తుగా అతనికి ఒక గుడ్డి బిచ్చగాడు కనిపించాడు. బిచ్చగాడు బాటసారులను వేడుకున్నాడు, “అల్లా కొరకు, దయచేసి నన్ను కరుణించండి.” దయగల సుల్తాన్ అతనికి బంగారు నాణెం ఇచ్చి వెళ్లిపోయాడు

బిచ్చగాడు మళ్లీ అరిచాడు. “అల్లా మీ కోరికలన్నిటినీ నెరవేర్చుగాక. నన్ను చెప్పుతో కొట్టమని కోరుతున్నాను” అన్నాడు. సుల్తాన్ ఆశ్చర్యపోయాడు. గుడ్డి బిచ్చగాడు తన విన్నపాన్ని పునరావృతం చేశాడు. సుల్తాన్ బిచ్చగాడిని చెంపదెబ్బ కొట్టాడు. ఆ రాత్రి అతనికి నిద్ర పట్టలేదు. మరుసటి రోజు ఉదయం బిచ్చగాడిని పిలిపించాడు. బిచ్చగాడు రాగానే సుల్తాన్ అడిగాడు, “బాబా, నిన్న నిన్ను చెంపదెబ్బ కొట్టమని ఎందుకు అడిగావు?” గుడ్డి బిచ్చగాడు నోరు జారాడు. ముందు రోజు అది మారువేషంలో ఉన్న బాగ్దాద్ సుల్తాన్ అని అతనికి తెలియదు. సుల్తాన్ హామీ ఇచ్చాడు, “భయపడకు, నేను మీకు సహాయం చేస్తానని వాగ్దానం చేస్తున్నాను.” అంధుడైన బిచ్చగాడు ఇలా అన్నాడు, “మహారాజు, దీని వెనుక దురాశ యొక్క విచారకరమైన కథ ఉంది.” సుల్తాన్ ఆదేశించాడు అతను కథను వివరించడానికి. బిచ్చగాడు కథ చెప్పడం మొదలుపెట్టాడు. “చాలా సంవత్సరాల క్రితం, నేను బాగ్దాద్‌లో సంపన్న వ్యాపారిని. నాకు ఎనభై ఒంటెలు ఉన్నాయి. ఒకరోజు, ఒంటెలపై సరుకులు అమ్మడానికి బాసర నగరానికి బయలుదేరాను. తిరిగి వస్తుండగా, నేను ఒక ఫకీర్‌ను కలిశాను. అతను నన్ను ఆపి “ అన్నాడు. హే వ్యాపారి! ఒక్క సారి నా మాట వినండి” అని నేను ఫకీరుని అడిగాను, “ఏమిటి బాబా? నన్ను ఎందుకు ఆపారు?”

ఫకీరు ఇలా అన్నాడు, "నువ్వు ఈ ప్రదేశాన్ని విడిచి వెళ్ళే ముందు మరింత సంపదను తీసుకువెళ్లాలని నేను కోరుకుంటున్నాను. సమీపంలోని ఒక పర్వతంలో ఒక పెద్ద గుహ ఉంది. ఇది సంపదను సమృద్ధిగా కలిగి ఉంది."

అంధుడైన బిచ్చగాడు ఇలా అన్నాడు, "మహారాజు, దీని వెనుక దురాశ యొక్క విచారకరమైన కథ ఉంది." సుల్తాన్ అతనిని కథ చెప్పమని ఆదేశించాడు. బిచ్చగాడు కథ చెప్పడం ప్రారంభించాడు: "చాలా సంవత్సరాల క్రితం, నేను బాగ్దాద్‌లో సంపన్న వ్యాపారిని. నా దగ్గర ఎనభై ఒంటెలు ఉన్నాయి. ఒకరోజు నేను బయలు దేరి వెళ్ళాను.

ఒంటెలపై వస్తువులను విక్రయించడానికి బాసర నగరం. తిరుగు ప్రయాణంలో నాకు ఒక ఫకీరు కలిశాడు. అతను నన్ను ఆపి "ఏయ్వ్యాపారి! ఒక్క సారి నా మాట వినండి" అని నేను ఫకీరుని అడిగాను, "ఏమిటి బాబా? నన్నెందుకు అడ్డుకున్నావు?" ఫకీరు అన్నాడు, "నువ్వు ఈ ప్రదేశం నుండి వెళ్ళే ముందు మరింత సంపదను తీసుకువెళ్ళాలని నేను కోరుకుంటున్నాను. సమీపంలోని ఒక పర్వతంలో ఒక పెద్ద గుహ ఉంది. ఇది సంపదను సమృద్ధిగా కలిగి ఉంది."

కొంతకాలం తర్వాత, నా దురాశ మళ్లీ నన్ను పొట్టన పెట్టుకుంది. నేను ఫకీరు వద్దకు త్వరపడి, “బాబా, నేను నిన్ను క్షమించమని వేడుకుంటున్నాను. నీవు అల్లాకు నిజమైన భక్తుడివి, ఈ ఒంటెలను ఏమి చేస్తావు?” ఫకీరు నవ్వి, “నువ్వు చెప్పింది నిజమే, నా మిత్రమా, నా దగ్గర ఉన్నవన్నీ తీసివేయి, ఇవి నాకు పనికిరావు” అన్నాడు. నేను థ్రిల్ అయ్యాను. కానీ నా దురాశకు విశ్రాంతి తీసుకునే మూడ్ లేదు. ఫకీర్ గుహలోంచి తీసిన మురికి మెటల్ బాక్స్ నాకు గుర్తుకు వచ్చింది. నేను ఫకీర్‌ని అడిగాను, “బాబా, దయచేసి లోహపు పెట్టె రహస్యం గురించి చెప్పు.” ఫకీరు చిరునవ్వు నవ్వి, “నీకు సంపదలన్నీ సరిపోకపోతే ఈ పెట్టెను కూడా తీసుకెళ్లు!” ఫకీరు ఇంకా ఇలా అన్నాడు, “ఈ పెట్టెలో మాయా లేపనం ఉంది. దానిని ఎడమ కన్నుపై పూయండి. ఇది మీకు దాచిన సంపదను చూపుతుంది.

ప్రపంచం. కానీ కుడి కన్నుపై పూస్తే, మీరు ఎప్పటికీ అంధులు అవుతారు."

నేను ఫకీరును నమ్మలేదు. నేను, "బాబా, మాయను పరీక్షించడానికి నన్ను అనుమతించండి." ఫకీరు అంగీకరించాడు. అతను దానిని నా ఎడమ కన్నుపై ప్రయోగించాడు. మరియు ఇదిగో! నా చుట్టూ ఉన్న నిధి మరియు సంపదను నేను చూడగలిగాను. నేను థ్రిల్ అయ్యాను. నేను ఫకీర్‌ని నా కుడి కన్నుపై కొన్ని పూయమని అడిగాను. ఫకీరు నన్ను హెచ్చరించాడు కానీ నేను మొండిగా ఉన్నాను. "ఏదో దాస్తున్నావ్.. అబద్ధాలకోరు" అన్నాను. అతను నా దురాశను తీర్చలేడని ఫకీరుకు తెలుసు. అతను నా కుడి కన్నుపై మంత్ర లేపనాన్ని పూసాడు. అకస్మాత్తుగా, నేను ఏమీ చూడలేకపోయాను. నాకు భయం వేసింది. నేను సహాయం కోసం అరిచాను, "బాబా, నేను అంధుడిని అయ్యాను. నన్ను కరుణించండి. దయచేసి నాకు కంటి చూపు తిరిగి ఇవ్వండి" అని నేను వేడుకున్నాను.

ఫకీరు అన్నాడు, "మిత్రమా, నేను నిన్ను ముందే హెచ్చరించాను. నీ దురాశ నిన్ను ఎప్పటికీ అంధుడిని చేసింది. ఇప్పుడు ఏదీ నిన్ను నయం చేయదు." నేను "అల్లా! నేనేం చేసుకున్నాను? నా సంపద సంగతేంటి?" ఫకీరు "నీ సంపదమరియు ఒంటెలు అదృష్టవంతుల వద్దకు వెళ్లాయి. నీ దురాశకు నువ్వు పశ్చాత్తాపపడాలి." ఫకీరు నన్ను ఒంటరిగా వదిలేశాడు. "బిచ్చగాడు ఇలా కొనసాగించాడు, "నేను వారాల తరబడి తిండి లేకుండా తిరిగాను. ఒకరోజు, ఒక దయగల వ్యాపారి నన్ను బాగ్దాద్ కు తీసుకువచ్చాడు. ఇప్పుడు నేను ఇక్కడ ఉన్నాను, నా దురాశకు పశ్చాత్తాపం చెందాను. నేను అందుకున్న ప్రతి నాణెం కోసం ప్రజలు నన్ను చెంపదెబ్బ కొట్టాలని కోరుకుంటున్నాను. ఇది నా దురాశను గుర్తు చేస్తుంది." బిచ్చగాడు తన కథ ముగించేసరికి ఏడ్చాడు.

కథ విని సుల్తాన్ చాలా బాధపడ్డాడు. అతను బిచ్చగాడికి సహాయం చేయాలని నిర్ణయించుకున్నాడు. అతను ఆహారాన్ని ఏర్పాటు చేశాడు మరియు బిచ్చగాడికి ఆశ్రయం. బిచ్చగాడు సుఖంగా జీవించాడు. అత్యాశ దారితీస్తుందని అతను ఎప్పుడూ గుర్తుంచుకున్నాడు .

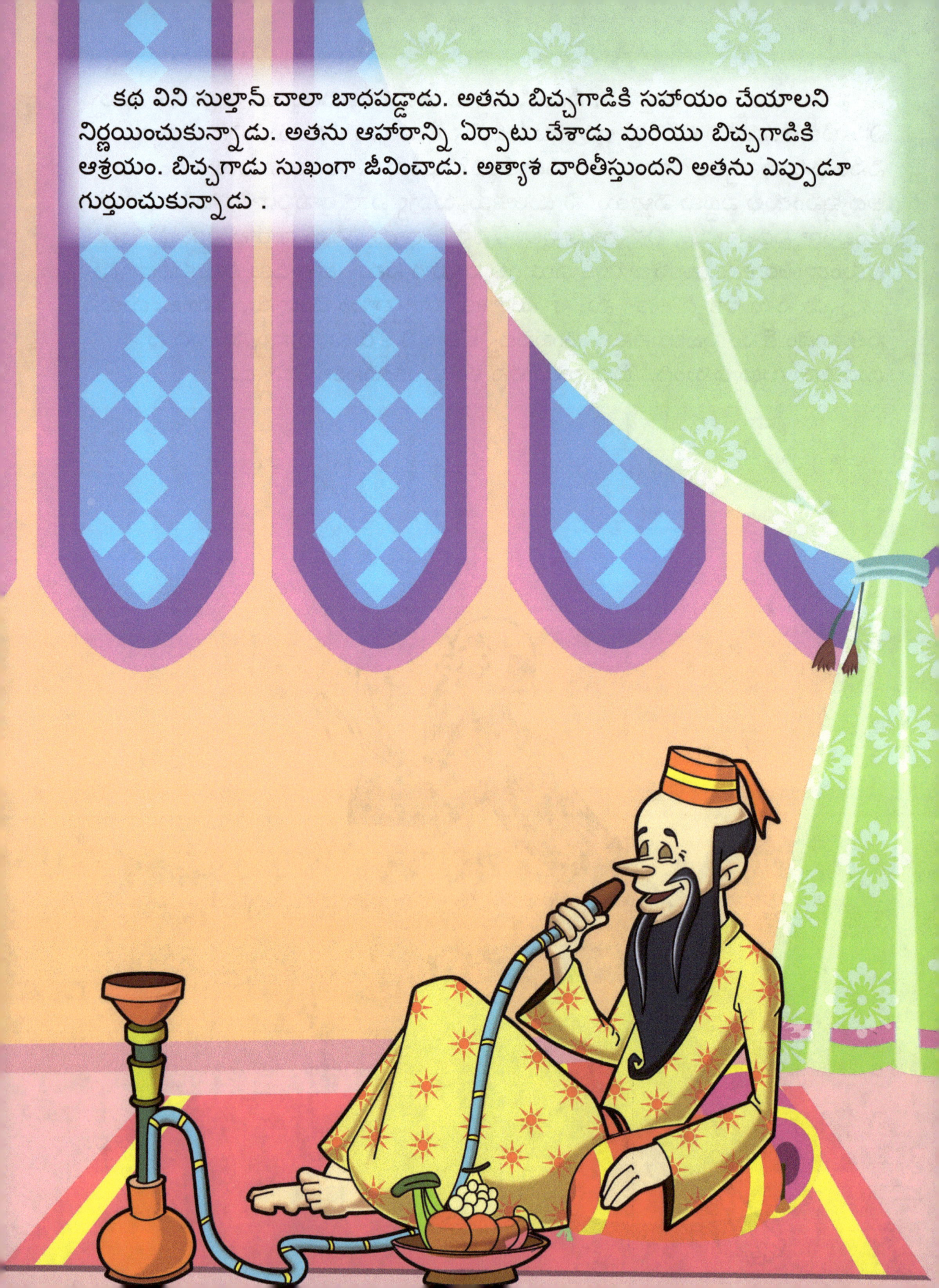

వాల్నట్ జార్ యొక్క రహస్యం

చాలా కాలం క్రితం, బాగ్దాద్‌లో ఒక గొప్ప వాల్నట్ వ్యాపారి ఉండేవాడు. అతని పేరు అలీ ఖ్వాజా. నుండి ప్రజలు దూరప్రాంతాలు వాల్నట్‌ల కోసం అతని దుకాణాన్ని సందర్శించారు.

ఒక రాత్రి, అలీ ఖ్వాజాకి ఒక కల వచ్చింది. అతనికి ఒక ముసలి ఫకీరు కనిపించాడు. ఫకీరు "అలీ, నీ లెక్కలన్నీ తేల్చుకో" అన్నాడు అలీ కంగారు పడ్డాడు. అతను ఫకీరును అడిగాడు, "బాబా, మీరు ఏమి చెప్పాలనుకుంటున్నారు?" ఫకీరు "అలీ, నీకు తగినన్ని లాభాలు వచ్చాయి. ఇప్పుడు తీర్థయాత్రకు వెళ్ళే సమయం వచ్చింది" అన్నాడు.

అల్లా తన సేవలను కోరుతున్నాడని అలీ అర్థం చేసుకున్నాడు. వెంటనే మక్కా షరీఫ్‌ను సందర్శించాలని నిర్ణయించుకున్నారు. అతను తన ఖాతాలన్నింటినీ పరిష్కరించాడు మరియు అతనికి వెయ్యి బంగారు నాణేలు మిగిలాయి. వారిని సురక్షితంగా ఉంచాలని కోరారు. అతని ఇల్లు సురక్షితంగా లేదు. హఠాత్తుగా అలీకి తన స్నేహితుడు హసన్ గుర్తొచ్చాడు. అతను డబ్బు ఇచ్చేవాడు. అలీ తన బంగారు నాణేలను హసన్ వద్ద ఉంచాలని నిర్ణయించుకున్నాడు. అతను ఒక భారీ ఇత్తడి కూజాను కొని నాణేలతో నింపాడు. అప్పుడు అతను కొన్ని వాల్‌నట్‌లను తీసుకొని, నాణేలను కప్పి, మూతతో మూసివేసాడు.

మరుసటి ఉదయన. అలీ ఖ్వాజా కూజాను తన స్నేహితుడి వద్దకు తీసుకెళ్లాడు. అతను చెప్పాడు, “హసన్ నా మిత్రమా! నేను మక్కా షరీఫ్ వెళ్తున్నాను. నా దగ్గర వాల్‌నట్‌లతో నిండిన కూజా ఉంది. ఇవి నా దుకాణంలో ఉన్నాయి. వాటిని జ్ఞాపకాలుగా ఉంచాలనుకుంటున్నాను.” అలీ ఇంకా జోడించారు, “మిత్రమా, దయచేసి కూజాను జాగ్రత్తగా చూసుకోండి. నేను తిరిగి వచ్చినప్పుడు దానిని మీ నుండి తిరిగి తీసుకుంటాను.” హసన్ అలీకి సహాయం చేయడానికి అంగీకరించాడు. అలీని స్టోర్‌రూమ్‌కి తీసుకెళ్లాడు. అతను అలీతో, “ప్రియ మిత్రమా, దయచేసి ఈ కూజాను ఈ గదిలో ఉంచండి. ఇది ఇక్కడ భద్రంగా ఉంది.” అలీ కూజాను గదిలో ఉంచి హసన్ నుండి సెలవు తీసుకున్నాడు. ఆ రాత్రి, అతను తన తీర్థయాత్రకు బయలుదేరాడు.

అలీ ఖ్వాజా అనేక యాత్రా స్థలాలకు వెళ్లాడు. ఇంతలో, హసన్ బాగ్దాద్‌లో తన కుటుంబం మరియు వ్యాపారంతో బిజీగా ఉన్నాడు. ఒక రోజు, అతను తన ఇంటికి కొంతమంది అతిథులను ఆహ్వానించాడు. అతని భార్య షీబాకు పాయసం సిద్ధం చేయడానికి వాల్‌నట్‌లు కావాలి. హసన్ "డియర్, చీకటి పడుతోంది, ఇప్పుడు వాల్‌నట్‌లు పొందడం సాధ్యం కాదు." షీబా, "మీ స్నేహితుడు స్టోర్‌రూమ్‌లో ఉంచిన కూజాలో నుండి కొంచెం తీసుకోకూడదా?" హసన్‌కి ఒక్కసారిగా కూజా గుర్తుకొచ్చింది. గదిలోకి వెళ్లి కూజా తెరిచాడు. అతను ఒక పెద్ద గిన్నెలో కూజాను ఖాళీ చేసాడు. మరియు ఇదిగో! అతని ఆశ్చర్యానికి, అతను కూజా నుండి బంగారు నాణేలు రావడం చూశాడు.

　　హసన్ నాణేలు తీసుకోవడానికి టెంప్ట్ అయ్యాడు. "ఏడేళ్ళు గడిచాయి! అలీ తిరిగి రాలేదు. అతనికి ఏమి జరిగిందో అల్లాకు తెలుసు. నేను వాల్నట్లతో జాడీలో నింపి తిరిగి రాగానే ఇస్తాను" అని తనలో తాను చెప్పుకున్నాడు. మరుసటి రోజు, హసన్ మార్కెట్ నుండి కొన్ని వాల్నట్లను కొని, కూజాలో నింపాడు. అతను కూజాను స్టోర్రూమ్లో ఉంచాడు.

ఒక నెల గడిచిన అలీ ఖ్వాజా తన తీర్థయాత్ర నుండి తిరిగి వచ్చి హసన్ ఇంటికి వెళ్ళాడు. రెండు చాలా కాలం తర్వాత ఒకరినొకరు కలుసుకోవడం సంతోషంగా ఉంది. అలీ హసన్‌తో, "మిత్రమా, దయచేసి వాల్‌నట్‌ల కూజాను తిరిగి ఇవ్వండి." హసన్ వెంటనే అతనికి స్టోర్ రూమ్ తాళాలు ఇచ్చాడు. "తప్పకుండా నా మిత్రమా, ముందుకు వెళ్ళు" అన్నాడు. అలీ కూజా తీసుకుని ఇంటికి తిరిగి వచ్చాడు. ఇంటికి చేరుకోగానే అలీ కూజా తెరిచాడు. అందులో వాల్ నట్స్ మాత్రమే చూసి షాక్ అయ్యాడు. హసన్ తనను మోసం చేశాడని అర్థమైంది. అలీ వెంటనే హసన్ ఇంటికి వెళ్లాడు. అతను, "హసన్, నువ్వు నన్ను మోసం చేశావు.

మీరు నా బంగారు నాణేలను దోచుకున్నారు."

అది విన్న హసన్ కి కోపం వచ్చింది. "అమ్మా.. ఏడేళ్లు నీ కూజాను నేను చూసుకున్నాను.. ఇప్పుడు నాపై దోచుకుంటున్నానని ఆరోపిస్తున్నారు. ఇది నేను నమ్మను. నా స్టోర్‌రూమ్‌లో వాల్‌నట్స్ డబ్బా పెట్టావు.. అవి బంగారు నాణేలుగా ఎలా మారుతాయి. ?"

డబ్బు ఇచ్చేవాడితో వాదించి లాభం లేదని అలీకి అర్థమైంది. అతను బాగ్దాద్ సుల్తాన్ హరూన్-అల్-రషీద్ నుండి న్యాయం కోరాలని నిర్ణయించుకున్నాడు. సుల్తాన్ అలీ కథ విని డబ్బు ఇచ్చే వ్యక్తిని పంపాడు. మరుసటి రోజు, అందరూ అతని వాల్‌నట్‌ల కూజాతో కోర్టుకు వచ్చారు. సుల్తాన్ హసన్‌ని అడిగాడు, “నువ్వు ఏమి చెప్పాలి?” హసన్ అన్నాడు, “మహానుభావుడా! అందరూ తమ చేతులతో వాల్‌నట్‌ల కూజాను స్టోర్‌రూమ్‌లో ఉంచారు. నేను అందులో ఏమి ఉందో చూడలేదు. బంగారు నాణేల గురించి నాకు ఏమీ తెలియదు.” సుల్తాన్ అలీని అడిగాడు, “తెరువు కూజా. మీరు వాల్‌నట్‌ల నాణ్యత గురించి ఏదైనా చెప్పాలనుకుంటున్నారా?”

అలీ కూజాను ఖాళీ చేసి రెండు కుప్పలు చేసాడు. అతను చెప్పాడు, “యువర్ హైనెస్, నా ఎడమ వైపున ఉన్న వాల్‌నట్‌లు ఏడేళ్లు మరియు నా కుడి వైపున ఉన్నవి తాజాగా ఉన్నాయి.” సుల్తాన్ హసన్‌ని అడిగాడు, “కొత్త వాల్‌నట్‌లను కూజాలో ఎవరు ఉంచారు? ఏడేళ్ల తర్వాత అలీ వచ్చాడు, అవునా?”

హసన్ ఏమీ మాట్లాడలేకపోయాడు. అతను మోకాళ్లపై పడి, "నన్ను క్షమించు, యువరాజు! నా దురాశ నన్ను ఈ నేరానికి బలవంతం చేసింది" అని అరిచాడు. బంగారు నాణేలను అలీకి తిరిగి ఇవ్వమని సుల్తాన్ హసన్ను ఆదేశించాడు. శిక్షలో భాగంగా అలీకి మూడు వేల బంగారు నాణేలు ఇవ్వాలని హసన్ను కోరాడు. సుల్తాన్ నుంచి న్యాయం జరగడం పట్ల అలీ ఖ్వాజా సంతోషం వ్యక్తం చేశారు.

ది టేల్ ఆఫ్ త్రీ యాపిల్స్

ఒకప్పుడు, ఒక యువకుడు నివసించాడు. అతని పేరు జాఫర్. అతను తన అందమైన భార్యతో నివసించాడు హసీనా. జాఫర్‌కి తన భార్య అంటే చాలా ఇష్టం. ఒకరోజు, హసీనా జాఫర్‌తో, "నాకు యాపిల్స్ తినాలని ఉంది! దయచేసి నాకు కొన్ని రెడ్ యాపిల్స్ ఇవ్వగలరా, ప్రియమైన?" దీంతో జాఫర్ ఆశ్చర్యపోయాడు. యాపిల్స్ సీజన్ చాలా దూరంగా ఉంది. జాఫర్ ప్రేమగల భర్త. అతను హసీనాను బాధపెట్టాలనుకోలేదు. "నేను ఏ ధరలోనైనా ఎర్రటి ఆపిల్లను పొందాలి," అతను అని తనలో తానే చెప్పుకున్నాడు. అతను వెంటనే హసీనా నుండి సెలవు తీసుకున్నాడు. జాఫర్ మార్కెట్ మొత్తం వెతికినా కుదరలేదు ఆపిల్లను కనుగొనండి.

రోజు సగం అయిపోయింది. జాఫర్ యాపిల్స్ తెచ్చుకోవాలని నిశ్చయించుకున్నాడు. అకస్మాత్తుగా తన స్నేహితుడు మక్సూద్‌ను కలిశాడు. “ఏమిటి జాఫర్, మీరు విచారంగా ఉన్నారు” అన్నాడు మక్సూద్. జాఫర్ తన సమస్య గురించి చెప్పాడు. “నేను చేయను హసీనాను కలవరపెట్టాలనుకుంటున్నాను” అని జాఫర్ అన్నాడు.

మక్సూద్ కొద్దిసేపు ఆలోచించి, "మిత్రమా, నేను నిన్ను దూరదేశానికి తీసుకెళ్తాను. అక్కడ మీకు ఖచ్చితంగా ఆపిల్లు దొరుకుతాయి." జాఫర్ సంతోషించాడు. ఇద్దరూ నిర్జన ప్రదేశానికి చేరుకున్నారు. జాఫర్ బుట్టలో పండ్లు అమ్ముతున్న వ్యక్తిని చూశాడు. అందులో మూడు ఎర్రటి యాపిల్స్‌తో కూడిన బంగారు పెట్టె ఉంది. ఎడారిలో ఉన్న పండ్ల వ్యాపారిని చూసి జాఫర్‌కు అనుమానం వచ్చింది. కానీ అతను యాపిల్స్ తీసుకోవాలనుకున్నాడు. పండ్ల విక్రేతకు బంగారు నాణెం అందించి తీసుకున్నాడు ఆపిల్స్.

జాఫర్ మరియు మక్సూద్ తిరిగి నగరానికి చేరుకున్నారు. ఇంటికి చేరుకున్న జాఫర్ తన భార్యను పిలిచాడు, "ఇదిగో, నేను మీ కోసం ఆపిల్స్ కొన్నాను!" హసీనా సంతోషించింది. ఆపిల్ల ఎరుపు మరియు తాజాగా ఉన్నాయి. జాఫర్‌కి ఒక ముఖ్యమైన పని మిగిలి ఉంది. యాపిల్ కోసం వెతుకుతూ రోజంతా వృథా చేశాడు. "నేను తిరిగి వస్తాను ఇంకొంచెం సేపట్లో డియర్" అంటూ జాఫర్ బయల్దేరింది. హసీనా ఆపిల్స్ టేబుల్ మీద పెట్టి స్నానానికి వెళ్ళింది. హఠాత్తుగా ఎవరో ఇంట్లోకి పరుగెత్తారు. అది జాఫర్, హసీనాల అల్లరి చిన్న కొడుకు అబ్దుల్. ముగ్గురిని చూసాడు. హసీనా టేబుల్‌పై ఉంచిన యాపిల్స్. "ఆ! రుచికరమైన ఆపిల్లు! నేను వీటిని చూపిస్తాను నా స్నేహితులు," అతను అనుకున్నాడు. చుట్టుపక్కల ఎవరూ లేకపోవడంతో, కొంటె అబ్దుల్ ఆపిల్ బాక్స్‌ని ఎత్తి, దొంగచాటుగా వెళ్లాడు. నిశ్శబ్దంగా దూరంగా.

అబ్దుల్ యాపిల్స్‌తో వీధుల్లో నృత్యం చేస్తున్నాడు. అకస్మాత్తుగా ఒక అపరిచితుడు అబ్దుల్ చేతిలో ఆపిల్లను చూశాడు. "ఆ! యాపిల్స్? ఈ సీజన్లోనా??" అతను ఆశ్చర్యపోయాడు. వీటిని ఎక్కువ ధరకు అమ్మి లాభాలు గడిస్తాను" అని తనలో తానే చెప్పుకున్నాడు. అతను అబ్దుల్ నుండి ఆపిల్లను లాక్కున్నాడు. "ఇక్కడి నుండి వెళ్ళిపో, లేకపోతే చంపేస్తాను." అపరిచితుడు అబ్దుల్‌ని హెచ్చరించాడు. అబ్దుల్ భయంతో వణికిపోయాడు. ఏడుస్తూ ఇంటికి వచ్చాడు.

హసీనా తన చిన్నారి ఏడుస్తూ చూసింది. ఆమె అయోమయంలో పడింది. "ఏమైంది డియర్?" అని కొడుకుని అడిగింది. అబ్దుల్ కథంతా తన తల్లికి చెప్పాడు. హసీనాకు కొడుకు అంటే చాలా ఇష్టం. ఆమె, "అయ్యో! నా కుమారుడా! నువ్వు నా కంటికి రెప్పలా ఉన్నావు. నీకంటే విలువైనది ఏదీ లేదు." ఆమె అబ్దుల్‌ని తన చేతుల్లోకి తీసుకుంది. ఇంతలో జాఫర్ ఇంటికి తిరిగి వస్తున్నాడు. మార్కెట్‌లో మూడు ఎర్ర యాపిల్స్‌ను చూశాడు. అతను ఆశ్చర్యపోయాడు. "ఇవి నేను హసీనా కోసం కొన్న యాపిల్స్, ఆమె వాటిని పండ్ల అమ్మేవాడికి అమ్మేసిందని జాఫర్ అనుకున్నాడు. కోపంగా ఇంటికి పరుగెత్తాడు.

"హసీనా! ఎక్కడున్నావ్?" జాఫర్ అరిచాడు. శబ్దం విని హసీనా బయటకు వచ్చింది. జాఫర్‌కి ఆమెపై కోపం వచ్చింది. నమ్మకద్రోహులా, నన్ను ఎందుకు మోసం చేశావు, నేను చాలా కష్టాలు పడి యాపిల్స్ కొన్నాను, పండ్ల అమ్మేవాడికి అమ్మావు కదా అని అరిచాడు. ఆ శబ్దం విని చిన్న అబ్దుల్ భయపడ్డాడు. అతను బయటకు వచ్చాడు. "ఓ! తండ్రీ! ఆ వ్యక్తి నా యాపిల్స్‌ను తీశాడు. అతను చాలా చెడ్డవాడు." ఇది విన్న జాఫర్ ఆశ్చర్యపోయాడు. లిటిల్ అబ్దుల్ మొత్తం సంఘటనను వివరించాడు

అతని తండ్రి. ఇప్పుడు మూడు యాపిల్స్ మార్కెట్ లోకి రావడం వెనుక రహస్యం జాఫర్ కి తెలిసిపోయింది. అకస్మాత్తుగా అతను హసీనాను అనుమానించడం ద్వారా బాధించాడని గ్రహించాడు. వెంటనే భార్యకు క్షమాపణలు చెప్పాడు. "నాకే సిగ్గుగా ఉంది! నన్ను క్షమించు డియర్" అన్నాడు జాఫర్. హసీనా చురుకైన భార్య. ఆమె చిరునవ్వు నవ్వి, "ఇట్స్ ఓకే డియర్! నేను ఆపిల్స్ చూసుకోవాలి." ఈ ఘటన నుంచి జాఫర్ పాఠం నేర్చుకుని హసీనాను మరింత ప్రేమించాడు. ముగ్గురూ సంతోషంగా జీవించారు

www.ingramcontent.com/pod-product-compliance
Lightning Source LLC
Chambersburg PA
CBHW080954280725
30225CB00016B/940
* 9 7 8 9 3 5 7 1 8 3 4 0 6 *